प्रेमं तुझं नि माझं ...

सौ. काजल मंगेश खुडे

ISBN 979-888503654-2

व्यक्त व्हायला संधी मिळणे ही खूप मोठी गोष्ट आहे..आणि ती मला मिळाली त्याचं सोनं करण्याचा मी नक्कीच प्रयत्न करेन..

शब्दांनी जसे मला घडवले तसेच मला घडवण्यासाठी काही व्यक्तींचा खूप मोठा सहभाग आहे..

माझे वडील **श्री किशोर साबळे**यांच्यामुळेच मला वाचनाची आवड निर्माण झाली आणि लिखाणासाठी आवश्यक तो पाया उभारण्याचं काम त्यांनी केलं

माझी आई **सौ. आशा साबळे**ही माझी पहिली वाचक आहे..तिने नेहमीच मला प्रोत्साहन दिले..

माझी लहान बहीण **कु. पुजा साबळे**ही आवर्जून मी लिहिलेलं वाचते..

माझे पती **श्री मंगेश खुडे**आणि माझ्या सासुबाई **सौ. मनीषा खुडे**यांनीही मला नेहमीच प्रोत्साहन दिले आहे..आज मी माझे पहिले पुस्तक माझ्या जवळच्या व्यक्तींना समर्पित करत आहे..

अजून हि खूप लोकांनी मला मार्गदर्शन केले पण प्रत्येकाचे नाव लिहू शकत नाही..

अनुक्रमणिका

प्रस्तावना vii

ऋणनिर्देश, पावती ix

नांदी, प्रस्तावना xi

1. स्वप्न 1
2. सांगायचं नव्हतं तुला 4
3. जगुन तर बघ.. 6
4. हृदयाची धडधड तु 8
5. तुझ्या नुसत्या असण्याने.. 11
6. माझी ना मी उरले.. 13
7. सख्या तु असा कसा रे.. 18
8. कसं रे समजावू तुला.. 20
9. माझ्यात तु अमर आहेस ना रे.. 22
10. खरं काय ते सांगशील का.. 24
11. तुझ्या माझ्या संसाराला.. 26
12. तुला कळणार नाही.. 29
13. माना के हम.. 32
14. सत्य की भास तु .. 35
15. प्रेम म्हणजे.. 37
16. इश्क 41

आजच ऑर्डर करा 43

प्रस्तावना

नमस्कार,

वाचकहो, मी लेखिका **सौ. काजल मंगेश खुडे**. बारामतीतून कला शाखेत पदवीधर असुन वाचन आणि लेखन हा छंद आहे.

"***प्रेम तुझं नि माझं***"हा माझा पहिलाच कविता-संग्रह तुमच्यासाठी प्रकाशित करत आहे.

मन जेव्हा एकटं असेल तेव्हा लिहावं...
मन जेव्हा आनंदी असेल तेव्हा लिहावं ...
कारण कुणीतरी सांगितलं आहेच, **ज्ञानाच्या अधिकारासाठी वैराग्य असणे आवश्यक असते.**

हेच वैराग्य आपणास सुख आणि दुःख, प्रेम आणि राग, जीवन आणि अंत यातील फरक समजावतो.
आणि या अनुभूतीला शब्दांत विणता यावेत यासाठीच शब्दांनी काव्य घडवले.

मनुष्य स्वभाव निसर्गतः आनंदमयी असल्याने सुखाची ईच्छा हि समस्या बनत नाही परंतु दुःख ही समस्या बनते. आणि मग सुख आणि दुःखाची जुगलबंदी आयुष्यातील उतार चढाव ठरवतात.

आयुष्याच्या वळणांवर अनेक प्रसंग, अनेक क्षण वेगवेगळ्या अनुभुती देत असतात. यातून प्रत्येकाला आलेले अनुभव वेगवेगळे असले तरीही मनातील भावना काही स्वरूपात सारख्याच असतात. याच भावना मी कवितेतुन सादर करण्याचा प्रयत्न केला आहे.

ऋणनिर्देश, पावती

माझे लिखाण अनेक छोट्या छोट्या गोष्टींतून घडत गेले. लिखाणाला पाठबळ तेव्हाच मिळते जेव्हा त्याला दाद मिळते. चुकांची दुरुस्ती करण्यासाठी मार्गदर्शन मिळते. पुढे लिहण्यासाठी प्रोत्साहन मिळते.

माझी प्रेरणा आणि स्फुर्ती, माझा आधार आणि शक्ती, असलेले माझे आई वडिल, बहिण आणि माझे प्रिय पतिदेव यांच्यामुळेच मी आज माझा पहिले पुस्तक प्रकाशित करत असून सर्व वाचक, मित्र-मंडळी आणि मार्गदर्शक या सर्वांचेच आभार मनात आहे.

नांदी, प्रस्तावना

नमस्कार,

वाचकहो, मी लेखिका **सौ. काजल मंगेश खुडे**. बारामतीतून कला शाखेत पदवीधर असुन वाचन आणि लेखन हा छंद आहे.

"*प्रेम तुझं नि माझं*"हा माझा पहिलाच कविता-संग्रह तुमच्यासाठी प्रकाशित करत आहे.

मन जेव्हा एकटं असेल तेव्हा लिहावं...
मन जेव्हा आनंदी असेल तेव्हा लिहावं ...
कारण कुणीतरी सांगितलं आहेच, **ज्ञानाच्या अधिकारासाठी वैराग्य असणे आवश्यक असते.**

हेच वैराग्य आपणास सुख आणि दुःख, प्रेम आणि राग, जीवन आणि अंत यातील फरक समजावतो.
आणि या अनुभूतीला शब्दांत विणता यावेत यासाठीच शब्दांनी काव्य घडवले.

मनुष्य स्वभाव निसर्गतः आनंदमयी असल्याने सुखाची ईच्छा हि समस्या बनत नाही परंतु दुःख ही समस्या बनते. आणि मग सुख आणि दुःखाची जुगलबंदी आयुष्यातील उतार चढाव ठरवतात.

आयुष्याच्या वळणांवर अनेक प्रसंग, अनेक क्षण वेगवेगळ्या अनुभुती देत असतात. यातून प्रत्येकाला आलेले अनुभव वेगवेगळे असले तरीही मनातील भावना काही स्वरूपात सारख्याच असतात. याच भावना मी कवितेतुन सादर करण्याचा प्रयत्न केला आहे.

1. स्वप्न

Enter Caption

स्वप्न

असेल तुझा हात हाती
तर चालायचं आहे मला..

तू ढाल बनलास माझी
तर लढायच आहे मला..

तुझ्या झोपडीलाही
महाल बनवायचे आहे मला..

नकोत चंद्र आणि तारे
पारिजातक हवे आहे मला..
तू माझी हिम्मत असशील
तर शत्रूंसोबतही मित्रता करेल मी..

प्रेमात असते जी ताकत
दाखवून देईल सर्वांना मी..

प्रेम तर सगळेच करतात इथे..
तुझ्या हातावरच्या सुरकुत्याही
मोजायच्या आहेत मला..

काठी तुझी मी होईन तेव्हा..
नजर तू माझी बनशील का..
तुझे आणि माझे हे

सौ. काजल मंगेश खुडे

स्वप्न पुर्ण करशील का.. ?

2. सांगायचं नव्हतं तुला

Enter Caption

सांगायचं नव्हतं तुला...
सांगायचं नव्हतं तुला..
तु काय आहेस माझ्यासाठी..
दाखवायचं होत मला.
आठवणी तुझ्या छळतात मला..
हृदय माझं मी देऊन बसले तुला..
पण काही मर्यादा आहेत मला..
मी हरले तरी चालेल..
जिंकायचं आहे तुला..

अंत नाही सुरुवात करायची आहे तुला..
अव्यक्त प्रेमाचा इतिहास
रचायचा आहे तुला..
प्रेम किती पवित्र असतं..
हे दाखवायचं आहे जगाला..
माझा नाही बनवायचे तुला
तुझ्या सुखात सुख
मानायचे आहे मला..
दुरावाही सोसायचा आहे मला..
त्या दुराव्याच्या निखाऱ्यातुन..
अजून झळाळी चढेल आपल्या प्रेमाला..
सांगायचे नव्हतेच तुला..
माझ्या मनातले ओळखावे लागेल तुला..
प्रेमाची परिभाषा बदलायची आहे आपल्याला.

3. जगुन तर बघ..

Enter Caption

का हवी तुला सोबत..?
स्वतः सोबत मैत्री करून तर बघ..
अपेक्षा करून अपेक्षाभंग होतो
होऊदे जे होईल ते सोडून तर बघ..
कोणी नाही म्हणुन रडत बसतो..
एकदा आरशात जाऊन हसून तर बघ...
रोज स्वताला टापटीप ठेवतोस..
मनावरची धूळ फुंकून तर बघ..
रोज रोज मरण्यापेक्षा
एकदा जगुन तर बघ..
छोट्या क्षणांत आनंद असतो..
एकदा घेऊन तर बघ..
दुःख गोंजारत बसतोस..
सुखी माणसाचा सदरा
हा कुणाकडेच नसतो..
धरून ठेवण्यात नाही..
सोडून देण्यात आनंद असतो..
एकदा सोडून तर बघ..
क्षणभंगुर ते मृगजळ..
आयुष्य हे एकदाच आहे..
जगुन तर बघ..
जगुन तर बघ..

4. हृदयाची धडधड तु

Enter Caption

देवाकडे रोज घालावे
असे साकडे आहेस तु..
पहाटेच्या काकडआरतीची
मंद धूप आहेस तु..
स्वप्नी पहावे असे
मागणे आहेस तु..
त्या स्वप्नांना पुर्ण करण्याची
जिद्द आहेस तु..
चंद्र सुर्य ताऱ्याना
फिके पाडतेस तु..
फुलांची निरागसता
आणि फुलपाखरा सारखी तु..
कृष्णाची बासुरी तु..
राधासारखी शांत तु
सीतेचे पावित्र्य तु..
रामा सारखी एकनिष्ठ तु..
संथ वाहणारी
पवित्र नदी तु..
अचल अभेद्य
पर्वतरांग तु..
बांगड्यांची किणकिण तु
पैंजनाची छन छन तु..
हृदयाची धडधड तु
वाढलेला श्वास तु..
सुख तु , दुःखही तु..
मोह तु , धीरही तु..

संयम तु, भीतीही तु
भावनाही सर्व तु..
मनात तु आठवणीत तु..
आयुष्य तु..
तरीही आयुष्यात का नाहीस ..
तु....

5. तुझ्या नुसत्या असण्याने..

तुझ्या नुसत्या असण्याने..

Enter Caption

गुलमोहोर बहरतो..तुझ्या नुसत्या असण्याने..
सुकलेल्या मनाला पालवी फुटते..तुझ्या नुसत्या असण्याने..

उन्हात ही चांदणे पडते..तुझ्या एका हास्याने..
मन पाखरू होऊन बागडत..तुझ्या नुसत्या असण्याने
माझ्या अस्तित्वाला स्वत्व लाभते..
हिम्मत माझ्यात कुठून येते..तुझ्या नुसत्या असण्याने..
श्रृंगाराचीही गरज मज न वाटे..
हास्य माझे सौन्दर्य खुलवते
स्वप्नसुंदरी मी तुझी भासे.. तुझ्या नुसत्या असण्याने..
जन्मोजन्मीचे नाते आपुले..
नव्याने प्रेमात पडण्याचे मी शोधते बहाणे..
सर्व जगची मला सुंदर भासे..तुझ्या नुसत्या असण्याने.

6. माझी ना मी उरले..

माझी ना मी उरले

Enter Caption

मुलगी म्हणुन जन्मले..
तेव्हाच माझ्या भाळी लिहीले..
चंदनापरी झिजणे...
माझी ना मी उरले..

सप्तपदी मी चालले..
घेतलेली वचने मी पाळले..
संसारात मी रमले..
माझी ना मी उरले..

कष्ट मी उपसले..
चटके मी सोसले..
तुझ्यासाठी मी खपले..
माझी ना मी उरले...

माझ्यासाठी ना मी मागितले..
आपल्यांच्या आनंदात सुख मानिले..
कौतुकाचे चार शब्द ना कधी मिळाले..
माझी ना मी उरले..

दुखणें खुपणे मी लपवले..
आजार अंगावर किती काढियले..
अहेव मरण यावे हेच मागितले..
मरताना ही मी तुझे दीर्घायुष चिंतले

Enter Caption

सौ. काजल मंगेश खुडे

7. सख्या तु असा कसा रे..

सख्या तु असा कसा रे..?

Enter Caption

सख्या रे तु असा कसा रे..
तुला सहन तरी कसा होतो दुरावा रे..

पाषाणहृदयीं तु हे खरे का रे..
सख्या तु असा कसा रे..

निष्ठुर असतात काहीजण
तु ही त्यातलाच का रे..

भावनांची तुला कदर
का नाही रे..?
चेहरा बघून प्रेम
आजकाल का होते बरे..

मनात डोकावून कुणी का पाहत नाही रे..
सख्या तु असा कसा रे..

सोडून तुला राहण्याची सवय
होईल मला रे..
परत येऊन तुझा मग फायदा नाही रे..
सख्या तु असा कसा रे..

८. कसं रे समजावू तुला..

कसं रे समजावू तुला..?

Enter Caption

कसं रे समजावू तुला..
वास्तवापेक्षा आभासी
जग भुरळ घालते मनाला..
कसं रे समजावू तुला..
तुला स्वप्नात पाहायला
आवडते मला..
कसं रे समजावू तुला ..
क्षणभरात जुळलेले बंध
आयुष्यभर टिकवायचे आहेत मला..
कसं रे समजावू तुला..
परत न जाण्यासाठी..
परत यावे लागेल तुला..
कसं रे समजावू तुला..
दुःख तुझे मला घेऊन..
सुख सगळी द्यायची आहेत तुला..

9. माझ्यात तु अमर आहेस ना रे..

Enter Caption

वेळ निघुन जाते..
पण तुझ्यासाठी ती वेळ थांबवून ठेवली आहे..
कधी ही ये..
आहे तसच सर्व आहे..
डायरी चे ते दुमडलेले पान ही तसेच आहे..
नी तुझ्या नावाची ती मेहेंदी ही अर्धवट तशीच आहे..
तुझ्यासोबत घेतलेल्या चहाची चव अजूनही जिभेवर आहे..
आपल्या काही निवडक आठवणी..
मनाच्या कोपऱ्यात जपून ठेवल्या आहेत..
तु आलास की सोबतच पाहू अल्बम लग्नाचा..
धूळ खात जो पडून आहे..
लोक म्हणतात की मी वेडी झाली आहे..
कधी ही पुर्ण न होणारे स्वप्न पाहत आहे..
जेव्हापासून तुझे तिरंग्यात लपेटलेले शरीर पाहीले आहे..
तुच सांग..माझ्यात तु अमर आहेस ना रे..?

10. खरं काय ते सांगशील का..

खरं काय ते सांगशील का..?

Enter Caption

विरहात माझ्या रडशील का..?
आठवणींत माझ्या रमशील का..?

मी गेले की तु जाऊ दिलें..
खरं काय ते सांगशील का..?
माझ्या मनीचे भाव
तुला कळतील का..?
अहंकाराला जागा नसते प्रेमात..
सत्य हे स्वीकारशील का..?
तु ना माझा राहिला..
हे माझ्या मनाला समजेल का..
तुझ्यात माझे हरवणे..
तुला कधी समजेल का..?

अधुरं प्रेम हे
पुर्ण प्रेमा पेक्षा सुंदर असते..
नात्याला त्या पुर्णत्व
तु देशील का..?

तुझे नि माझे नसते काही..
आपले आहे म्हणशील का..
भ्रम काय सत्य काय..
खर काय ते सांगशील का..?

11. तुझ्या माझ्या संसाराला..

तुझ्या माझ्या संसाराला..

सौ. काजल मंगेश खुडे

Enter Caption

तुझ्या माझ्या संसाराला आणी काय हवं..?
कधी मी मीठ व्हावं नी अळणी बेचव संसारात
सुखाची चव आणावं..
झालंच कधी कमी जास्त तर तु साखर व्हावं
खारट झालेल्या आयुष्यात गोडवा प्रेमाचा घेऊन यावं.
कधी तु आग झालास तर मी पाणी व्हावं.
कधी तु राग झालास तर मी संयम व्हावं..
तु हळवा झालास तर मी कठोर व्हावं..
माझ्या डोळ्यात अश्रू आले तर तु प्रेमाने पुसावं..
कधी मी अबोल झाले तर तु व्यक्त व्हावं..
कधी मी चिडले तर तु मला शांत करावं..
तुला गरज असेल कोणाची तर मी तुझी मैत्रीण व्हावं..
माझ्या ही काही गोष्टी तु मित्र म्हणुन स्वीकारावं..
कधी शिणलेल्या देहाला तु मायेने विचारावं..
मी ही देतेच नेहेमी चहा करून..
कधी तु ही मला पाणी द्यावं..
बाकी काहीच नको..तुझ्या माझ्या संसाराला आणी काय
हवं..?

12. तुला कळणार नाही..

तुला कळणार नाही
माझे मागणे..
तुलाच तुझ्याकडे..
तुला कळणार नाही..
❤?❤?❤?

तुझे दुर्लक्ष करणे..
माझे तुझ्या नजरेत येण्यासाठी धडपड करणे..
तुला कळणार नाही..
❤?❤?❤?

तुझे मला टाळण्याचे बहाणे..
मी स्वप्नात तुला पाहणे
तुला कळणार नाही..
❤?❤?❤?

तुझे माझ्यावर हसणे..
माझी नकळत वाहणारी आसवे..
तुला कळणार नाही..
❤?❤?❤?

तुला रोजच नवे प्रेम गवसणे..

माझे रोज तुझ्याच प्रेमात पडणे..
तुला कळणार नाही..
❤?❤?❤?
तु जाताना एकदाही मागे वळुन ना पाहणे..
मी तुला पाठमोरे डोळे भरून पाहणे..
तुला कळणार नाही..
❤?❤?❤?

तु नेहमीच मनमानी करणे..
मी तुझी मनधरणी करणे..
तुला कळणार नाही..
❤?❤?❤?

तु नेहमीच परका वाटणे..
मी नेहमीच तुझी असणे..
तुला कळणार नाही..
❤?❤?❤?

तु सर्वांना जोडत जाणे..
मी मात्र तुझ्यासाठी सर्वांना तोडणे..
तुला कळणार नाही..
❤?❤?❤?

तुझं तात्पुरतं भाळण..
माझा कायमच सांभाळणं..
तुला कळणार नाही..
तुला कधीच कळणार नाही..

सौ. काजल मंगेश खुडे

13. माना के हम..

माना के हम..

सौ. काजल मंगेश खुडे

Enter Caption

माना के काबिल आपके नहीं..
माना के गल्तीयोंके हम दुकानं ही सही..
पर ये बात तो आप भी जानते है
के मोहब्बत हमारी झुठी नहीं..!!

माना के हम कुछ खास नहीं
माना के हम मे वो बात नहीं..
पर इस बात से इनकार मत किजीयेगा
की आपसे ऐसा प्यार कर सकता नहीं कोई..!!

माना हम ने झूठ बोले होंगे कई
माना के आपने संभाल लिया हर बार वहीं
लेकिन एक बात आपको भी पता होगी..
आपको खोंने से हम डरते है या नहीं..!!

माना के मुश्किले बहुत आई और गई..
माना आपने हाथ छोडा ही नहीं..
लेकिन बताओ हमे..
हौसला आपको हमसे ही मिला था या नहीं..!!

माना के आपको पसंद नहीं..
माना के हमसे प्यार करना मुश्किल होगा सही
पर ये बात भी सच है
की आपने हमें कभी ठुकराया तो नहीं..!!

माना के हम दुसरें के लिये बने ही नहीं..
माना के लडाई होती है हममें दिन में चार बार सही
लेकिन एक बात पता है आपको..
आपके बिना दिल लगता नहीं..दिल लगता नहीं..!!

14. सत्य की भास तु ..

सत्य की भास तु ..

Enter Caption

सत्य आहेस की भास आहेस तु ..
की कधीही खरे न होणारे स्वप्न आहेस तु ..
खात्री करण्यासाठी जेव्हा मी स्पर्श करते..
धुक्यासारखा विरून जातोस तु ..

कधी कधी वाऱ्याची झुळुक बनून येतोस तु ..
माझ्या बटांशी अलगद चाळा करतोस तु ..
सावरायला मी जाता..त्या बटा..
अजूनच अस्ताव्यस्त करतोस तु ....

कधी पाऊस होऊन भिजवतोस तु ..
माझ्या चेहऱ्यावर दव होऊन स्पर्श करतोस तु ..
मोहरुन मी जाता..
अजूनच जास्त कोसळतो तु ..
कधी आईच्या मायेत भासतो तु..
कधी बाबांच्या धाकात भासतो तु..
खरे सांग ना जिवलगा..
सत्य आहेस की भास आहेस तु..

15. प्रेम म्हणजे..

प्रेम म्हणजे..

Enter Caption

- प्रेम म्हणजे नेमकं काय असतं..?
- जपलं तर नातं असतं..
- सांभाळलं तर ते टिकतं..
- टिकतं तर आयुष्य असतं..

- स्वाभिमान ही बघणं असतं..
- अहंकार सोडणं असतं..
- विनाकारण काळजी करणं असतं..
- एकमेकांना जपणं असतं..

- एक बहरणारे रोपटे असतं.
- त्याला विश्वासाचं खत असतं..
- अश्रुंचे पाणी असतं..
- एकाचं नाही तर दोघांचं असतं..

- सगळयांचं कुठे ते सेम असतं..
- प्रत्येकाचं वेगळच असतं.
- कोण व्यक्त करून मोकळं होतं..
- कोण मनात त्याला लपवत असतं..

- कोणासाठी मिळवणं असतं..
- कोणासाठी त्याग असतं..
- कोणी मिळवुनही डावलत..
- तर कोणी आठवणीत तीळ तीळ मरतं..

- तरीही ते जगातली सगळयात
- सुंदर गोष्ट असतं..
- प्रेमासाठी कोणी काही ही करतं..
- प्रेम म्हणजे न उलगडणारे कोडच असतं..

16. इश्क

Enter Caption

दिल तोडना इश्क नहीं है
टूटा हुआ दिल जोडना इश्क है..!!

रावण सा मोह नहीं
राम सा एकपत्नी होना इश्क है..!!

किसी को बरबाद करना नहीं
किसी की कामयाबी की वजह होना इश्क है..!!

इज्जत उतारना नहीं
किसी की इज्जत बेशुमार करना इश्क है..!!
किसी के ज़िन्दगी को बेरंग करना नहीं
किसी की जिन्दगी रंगों से भरना इश्क है..!!

पाने की चाहत ही नहीं
किसी को खोकर खुद को पाना इश्क है..!!

आजच ऑर्डर करा

माझ्या कविता नक्कीच तुम्हाला आवडतील. तुम्ही तुमच्या प्रियजनांना गिफ़्ट स्वरूपातही हे पुस्तक देऊ शकता.

"प्रेम तुझं नि माझं" खुपच सवलतीच्या दरात Amezon.com, Flipcart.com आणि Notionpress.com वर उपलब्ध असेल.

तर आजच ऑर्डर करा आणि त्वरित घरपोच मिळवा ते हि अत्यल्प दरात.

9 798885 036542

Printed by Libri Plureos GmbH in Hamburg, Germany